ਬਚਪਨ ਦੀ ਇੱਕ ਬਾਤ ਸੁਣਾਵਾਂ

(Bachpan Di Ikk Baat Sunava)

ਈਸ਼ਵਰ ਸਿੰਘ

ਬੀਰਇੰਦਰ ਪਾਲ ਕੌਰ

Bachpan Di Ikk Baat Sunava

By Ishwar Singh and Birinder Pal Kaur

Published in United States of America

First Edition: 2024

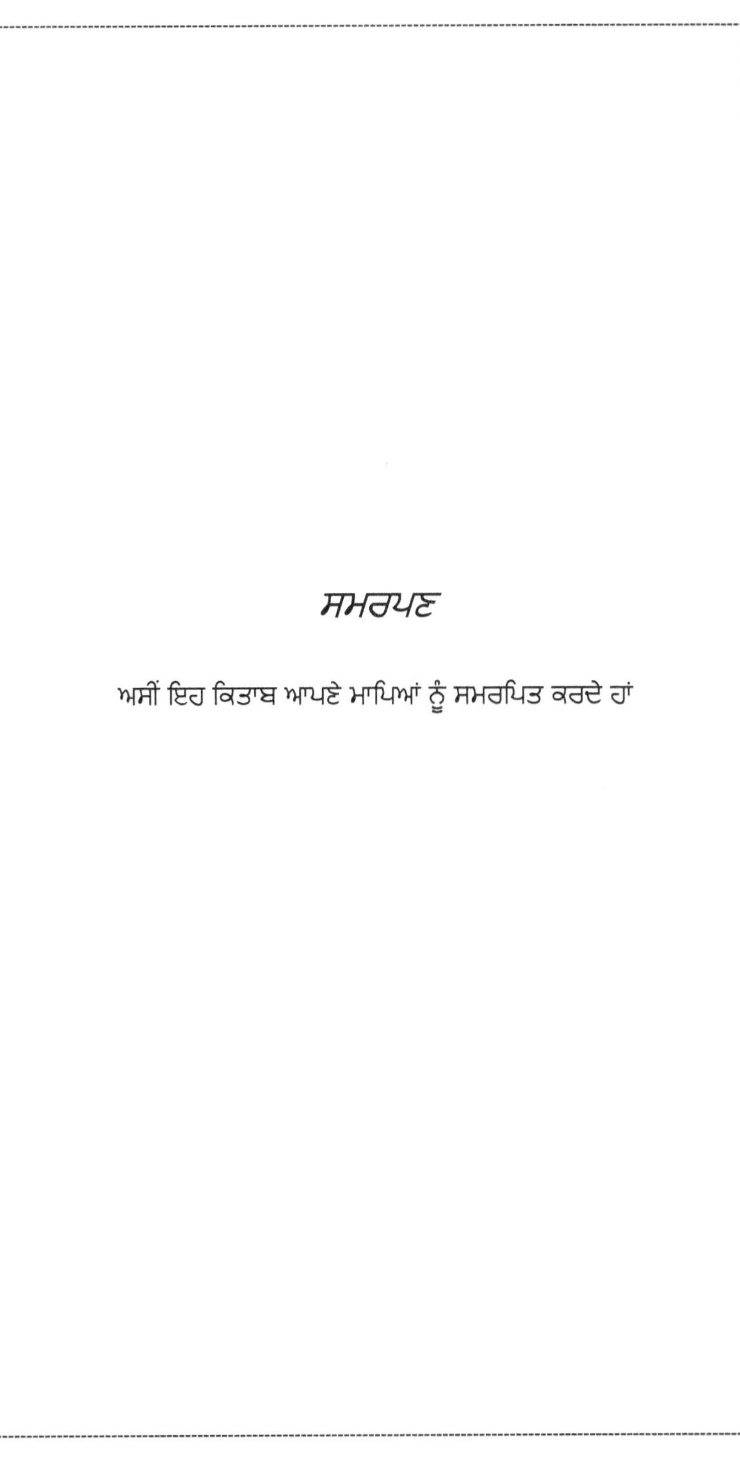

ਸਮਰਪਣ

ਅਸੀਂ ਇਹ ਕਿਤਾਬ ਆਪਣੇ ਮਾਪਿਆਂ ਨੂੰ ਸਮਰਪਿਤ ਕਰਦੇ ਹਾਂ

ਮੁਖਬੰਧ

ਇਹ ਕਿਤਾਬ ''ਬਚਪਨ ਦੀ ਇੱਕ ਬਾਤ ਸੁਣਾਵਾਂ'' ਸਿਰਫ ਸ਼ਬਦਾਂ ਦੀ ਨਹੀਂ, ਬਲਕਿ ਪ੍ਰੇਮ ਅਤੇ ਭਾਵਨਾਵਾਂ ਦੀ ਵਿਆਖਿਆ ਕਰਦੀ ਹੈ। ਇਹ ਕਵਿਤਾਵਾਂ ਉਹ ਆਵਾਜ਼ ਹਨ ਜੋ ਮਨ ਅਤੇ ਰੂਹ ਨੂੰ ਛੁਹਦੀਆਂ ਹਨ, ਜੋ ਇੱਕ ਅੱਜ ਤੇ ਅੱਗੇ ਦੀ ਯਾਤਰਾ 'ਤੇ ਲੈ ਜਾਂਦੀਆਂ ਹਨ। ਕਵੀਆਂ ਦੀ ਆਵਾਜ਼ ਦੁਨੀਆਂ ਦੇ ਰਹਿਣ-ਸਹਿਣ ਦਾ ਹੌਸਲਾ ਵਧਾਉਂਦੀ ਹੈ ਅਤੇ ਸਾਡੇ ਅੰਦਰ ਵਸੇ ਰੱਬ ਦੇ ਨਾਮ ਦੀ ਸ਼ਾਨ ਨੂੰ ਚਮਕਾਉਂਦੀ ਹੈ। ਇਹ ਕਿਤਾਬ ਸਭ ਤੋਂ ਵਧੀਆ ਤਬਦੀਲੀਆਂ ਨੂੰ ਜਿਆਦਾ ਅਨੁਭਵ ਕਰਨ ਦਾ ਸੁਨਹਿਰਾ ਮੌਕਾ ਪ੍ਰਦਾਨ ਕਰਦੀ ਹੈ। ਇਸ ਰਚਨਾ ਨੂੰ ਪੜ੍ਹਨ ਅਤੇ ਅਨੁਭਵ ਕਰਨ ਦੇ ਨਾਲ, ਸਾਨੂੰ ਆਪਣੇ ਅੰਦਰ ਛੁਪੇ ਪਿਆਰ ਅਤੇ ਆਪਣੇ ਅਸਲੀ ਜੀਵਨ ਦੇ ਅਨੁਭਵ ਨੂੰ ਵੀ ਵਿਸਤਾਰਿਤ ਕਰਨ ਦਾ ਅਵਸਰ ਮਿਲਦਾ ਹੈ। ਇਸ ਕਿਤਾਬ ਨੂੰ ਪੜ੍ਹਨ ਤੋਂ ਬਾਅਦ, ਸਾਡੇ ਮਨ ਵਿਚ ਕਵਿਤਾ ਦੀ ਇਕ ਛੱਲ ਬਣ ਜਾਂਦੀ ਹੈ ਅਤੇ ਉਸ ਛੱਲ ਦੀ ਕਵਿਤਾ ਦੀ ਧੁਨ ਸਾਨੂੰ ਹਮੇਸ਼ਾ ਨਵੀਂ ਰਾਹ ਦਿਖਾਉਂਦੀ ਹੈ। ਇਸ ਕਿਤਾਬ ਨੂੰ ਪੜ੍ਹ ਕੇ ਮੈਂ ਉਮੀਦ ਕਰਦਾ ਹਾਂ ਕਿ ਤੁਸੀਂ ਇਹ ਸਫ਼ਰ ਆਪਣੇ ਜੀਵਨ ਵਿਚ ਇੱਕ ਨਵੀਂ ਰੋਸ਼ਨੀ ਦੇ ਰੂਪ ਵਿੱਚ ਸਮਝੋਗੇ।

ਧੰਨਵਾਦ,

ਗਿਆਨੀ ਪਾਲ ਸਿੰਘ

ਪ੍ਰਸਤਾਵਨਾ

"ਬਚਪਨ ਦੀ ਇੱਕ ਬਾਤ ਸੁਣਾਵਾਂ" ਪੰਜਾਬੀ ਕਵਿਤਾ ਦੀ ਇਸ ਕਿਤਾਬ ਵਿੱਚ ਤੁਹਾਡਾ ਸੁਆਗਤ ਹੈ, ਜੋ ਜੀਵਨ ਬਾਰੇ ਗੱਲ ਕਰਦੀ ਹੈ। ਇਹ ਭਾਵਨਾਵਾਂ ਅਤੇ ਕਹਾਣੀਆਂ ਦੇ ਸੰਗ੍ਰਹਿ ਵਾਂਗ ਹੈ ਜਿਸ ਨਾਲ ਹਰ ਕੋਈ ਸਬੰਧਤ ਹੋ ਸਕਦਾ ਹੈ। ਇਸ ਕਿਤਾਬ ਵਿੱਚ, ਕਵਿਤਾਵਾਂ ਪਿਆਰ, ਖੁਸ਼ੀ, ਸੰਘਰਸ਼ ਅਤੇ ਉਹਨਾਂ ਸਾਰੀਆਂ ਚੀਜ਼ਾਂ ਬਾਰੇ ਛੋਟੀਆਂ ਕਹਾਣੀਆਂ ਵਾਂਗ ਹਨ ਜੋ ਸਾਨੂੰ ਇਨਸਾਨ ਬਣਾਉਂਦੀਆਂ ਹਨ। ਵਧੀਆ ਗੱਲ ਇਹ ਹੈ ਕਿ ਕਵੀ ਇਨ੍ਹਾਂ ਭਾਵਨਾਵਾਂ ਨੂੰ ਜੀਵਤ ਕਰਨ ਲਈ ਸਾਡੀ ਸ਼ਾਨਦਾਰ ਭਾਸ਼ਾ (ਪੰਜਾਬੀ) ਦੀ ਵਰਤੋਂ ਕਰਦਾ ਹੈ।

ਮੈਂ ਉਮੀਦ ਕਰਦਾ ਹਾਂ ਕਿ ਤੁਹਾਨੂੰ ਕਵਿਤਾਵਾਂ ਵਿੱਚ ਆਪਣੀ ਕਹਾਣੀ ਦੇ ਬਿੱਟ ਮਿਲ ਜਾਣਗੇ। ਇਹ ਤੁਹਾਡੇ ਨਾਲ ਆਪਣੇ ਵਿਚਾਰਾਂ ਅਤੇ ਭਾਵਨਾਵਾਂ ਨੂੰ ਸਾਂਝਾ ਕਰਨ ਵਾਲੇ ਦੋਸਤ ਵਾਂਗ ਹੈ। "ਬਚਪਨ ਦੀ ਇੱਕ ਬਾਤ ਸੁਣਾਵਾਂ" ਦੀ ਦੁਨੀਆ ਵਿੱਚ ਸਵਾਰੀ ਦਾ ਅਨੰਦ ਲਓ।

ਈਸ਼ਵਰ ਸਿੰਘ

ਰਸੀਦ

ਇਸ ਸੰਪੂਰਨ ਕਿਤਾਬ ਦੇ ਨਿਰਮਾਣ ਵਿੱਚ, ਮੈਂ ਮੇਰੇ ਪਿਆਰੇ ਸਹੁਰਾ ਸਰਦਾਰ ਨਰਿੰਦਰ ਸਿੰਘ ਦੁਆਰਾ ਮੈਨੂੰ ਦਿੱਤੇ ਗਏ ਨਿਰੰਤਰ ਸਹਿਯੋਗ, ਹੌਸਲੇ ਅਤੇ ਪਿਆਰ ਲਈ ਅਤੇ ਮੇਰੀ ਸੱਸ ਸਵ: ਸਰਦਾਰਨੀ ਗੁਰਜੀਤ ਕੌਰ ਦੀ ਅਨਮੋਲ ਯਾਦ ਦਾ ਤਹਿ ਦਿਲੋਂ ਧੰਨਵਾਦ ਕਰਦਾ ਹਾਂ। ਮੇਰੇ ਯਤਨਾਂ ਵਿੱਚ ਉਹਨਾਂ ਦਾ ਨਿਰੰਤਰ ਭਰੋਸਾ ਅਤੇ ਉਹਨਾਂ ਦਾ ਬੇਅੰਤ ਸਮਰਥਨ ਇਸ ਨੂੰ ਫੈਲਾਉਣ ਲਈ ਮੇਰੇ ਗਿਆਨ ਅਤੇ ਉਤਸ਼ਾਹ ਦੀ ਖੋਜ ਦਾ ਅਧਾਰ ਹੈ। ਉਨ੍ਹਾਂ ਦੀ ਸਲਾਹ ਅਤੇ ਅਟੁੱਟ ਵਿਸ਼ਵਾਸ ਪ੍ਰੇਰਨਾ ਦਾ ਸਰੋਤ ਰਿਹਾ ਹੈ, ਜੋ ਨਾ ਸਿਰਫ ਮੇਰੀ ਪੇਸ਼ੇਵਰ ਇੱਛਾਵਾਂ ਨੂੰ ਪ੍ਰਭਾਵਤ ਕਰਦਾ ਹੈ ਬਲਕਿ ਮੇਰੇ ਚਰਿੱਤਰ ਅਤੇ ਦ੍ਰਿੜਤਾ ਨੂੰ ਵੀ ਪ੍ਰਭਾਵਿਤ ਕਰਦਾ ਹੈ।

ਭਾਵੇਂ ਸਰਦਾਰਨੀ ਗੁਰਜੀਤ ਕੌਰ ਹੁਣ ਸਾਡੇ ਵਿੱਚ ਨਹੀਂ ਰਹੇ, ਪਰ ਉਨ੍ਹਾਂ ਦਾ ਨਿੱਘ, ਉਦਾਰਤਾ ਅਤੇ ਅਥਾਹ ਸਹਿਯੋਗ ਇਸ ਪੁਸਤਕ ਦੇ ਪੰਨਿਆਂ ਵਿੱਚੋਂ ਗੂੰਜਦਾ ਹੈ। ਉਹਨਾਂ ਦੀ ਵਿਰਾਸਤ ਇੱਕ ਮਾਰਗਦਰਸ਼ਕ ਰੋਸ਼ਨੀ ਬਣੀ ਹੋਈ ਹੈ, ਜੋ ਮੈਨੂੰ ਮੇਰੇ ਸਾਰੇ ਕੰਮਾਂ ਵਿੱਚ ਮਹਾਨਤਾ ਲਈ ਕੋਸ਼ਿਸ਼ ਕਰਨ ਲਈ ਪ੍ਰੇਰਿਤ ਕਰਦੀ ਹੈ। ਮੇਰੇ ਜੀਵਨ ਅਤੇ ਕਰੀਅਰ 'ਤੇ ਉਨ੍ਹਾਂ ਦੇ ਮਹੱਤਵਪੂਰਨ ਪ੍ਰਭਾਵ ਲਈ ਮੈਂ ਉਨ੍ਹਾਂ ਦਾ ਸਦਾ ਲਈ ਕਰਜ਼ਦਾਰ ਹਾਂ। ਇਹ ਕਿਤਾਬ ਉਨ੍ਹਾਂ ਦੀ ਚੱਲ ਰਹੀ ਵਿਰਾਸਤ ਅਤੇ ਮੇਰੇ ਮਾਰਗ 'ਤੇ ਉਨ੍ਹਾਂ ਦੇ ਬਹੁਤ ਪ੍ਰਭਾਵ ਦੀ ਯਾਦਗਾਰ ਵਜੋਂ ਕੰਮ ਕਰਦੀ ਹੈ।

ਈਸ਼ਵਰ ਸਿੰਘ

ਤਤਕਰਾ

1. ਬਚਪਨ ਦੀ ਇੱਕ ਬਾਤ ਸੁਣਾਵਾਂ

ਬਚਪਨ ਦੀ ਇੱਕ
ਬਾਤ ਸੁਣਾਵਾਂ
ਸ਼ਾਮੀਂ ਗੋਡੇ ਲਾਉਣੇ
ਗਲੀਆਂ ਦੇ
ਯਾਰਾਂ ਦੇ ਨਾਲ
ਇਕੱਠੇ ਹੋ ਕੇ
ਖੇਡੇ ਖੇਡ ਸੀ
ਡੰਡੇ ਗੁੱਲੀਆਂ ਦੇ

ਭੱਜ ਕੇ ਜਾ
ਗੁਰੂ ਘਰ ਵੜਨਾ
ਕਿੱਸੇ ਸੁਣਨੇ
ਰੂਹਾਂ ਅਵੱਲੀਆਂ ਦੇ
ਫਿਰ ਯਾਰਾਂ ਨੇ
ਐਵੇਂ ਲੜ ਪੈਣਾ
ਪ੍ਰਸਾਦ ਨੂੰ ਲੈ ਕੇ
ਢੁੱਲੀਆਂ ਦੇ

ਸੂਏ ਤੇ ਜਾ ਕੇ
ਨੱਚਣਾ ਗਾਉਣਾ
ਗਾਣੇ ਸੁਣਨੇ
ਮਾਣਕ ਕਲੀਆਂ ਦੇ
ਰੂਹ ਦੇ ਨਾਲ
ਪੰਜਾਬ ਨੂੰ ਡਿੱਠਣਾ
ਗੁਰੂ ਪੀਰਾਂ
ਸੰਤਾਂ ਵਲੀਆਂ ਦੇ

ਰਾਤੀ ਜਦ ਘਰ
ਵਾਪਿਸ ਮੁੜਨਾ
ਤਾਹਨੇ ਸੁਣਨੇ
ਭੈਣਾਂ ਝੱਲੀਆਂ ਦੇ
ਬਾਪੂ ਨੇ
ਘੂਰੀ ਵੱਟ
ਕਹਿਣਾ
ਧਾਰਾਂ ਚੋਂ ਲੈ
ਮੱਝਾਂ ਪਲੀਆਂ ਦੇ

ਅੰਮੀ ਨੂੰ ਕਹਿਣਾ
ਲੱਤਾਂ ਘੁੱਟਦੇ
ਨਾ ਤੁਰਿਆ ਜਾਵੇ
ਮਾਰੇ ਖਲੀਆਂ ਦੇ
ਚਾਹ ਦੀ ਜਦ ਫਿਰ
ਆਉਣੀ ਵਾਰੀ
ਸਵਾਦ ਜਗਾਉਣੇ
ਚੀਜ਼ਾਂ ਤਲੀਆਂ ਦੇ

'ਸ਼ੇਰਿਆ' ਕਦੇ
ਸਵਾਦ ਨਹੀਂ ਭੁੱਲਣੇ
ਭੁੰਨ ਕੇ ਖਾਧੀਆਂ
ਛੱਲੀਆਂ ਦੇ
ਸਦਾ ਹੀ ਇਹ ਦਿਨ
ਚੇਤੇ ਰਹਿਣੇ
ਸਾਡੀਆਂ ਵੱਗਦੀਆਂ
ਨਲੀਆਂ ਦੇ

2.   ਆਜੋ ਝਾਤੀ ਜ਼ਰਾ ਮਾਰੀਏ

ਆਜੋ ਝਾਤੀ
ਜ਼ਰਾ ਮਾਰੀਏ
ਸੋਚ ਪਿੱਛੇ ਨੂੰ
ਲਿਜਾ ਕੇ
ਕਿਵੇਂ ਵੱਸਦੇ
ਸੀ ਪਿੰਡ
ਜ਼ਰਾ ਦੱਸੀਂ
ਸ਼ੇਰੇ ਆ ਕੇ

ਬੇਬੇ ਰਿੜਕਦੀ
ਦੁੱਧ ਪਾ ਕੇ
ਚਾਟੀ ਚ'
ਮਧਾਣੀ
ਲੈ ਕੇ
ਮੱਖਣਾਂ ਦੇ ਪੇੜੇ
ਜਿੱਦ ਆਪਣੀ
ਮਨਾਉਣੀ

ਭਰੀ ਪੱਠਿਆਂ ਦੀ
ਪੰਡ ਬਾਪੂ
ਡੰਗਰਾਂ ਨੂੰ
ਪਾ ਰਿਹਾ
ਚਾਚਾ ਧਾਰਾਂ ਚੋਂ ਕੇ
ਮੱਝੀਆਂ ਦੀ
ਦੁੱਧ ਲੈ ਕੇ
ਜਾ ਰਿਹਾ

ਜਦੋਂ ਬਾਗਾਂ ਵਿੱਚ
ਕੂਕੇ ਕੋਇਲ
ਮੀਠੀ ਜਿਹੀ
ਆਵਾਜ਼ ਵਿੱਚ
ਇੰਝ ਲੱਗਦਾ ਸੀ
ਰੱਬ ਗਾਵੇ
ਰੂਹਾਨੀ ਕਿਸੇ
ਸਾਜ਼ ਵਿੱਚ

ਤੂਤ ਦੇ ਨਾਲ
ਦੰਦਾਂ ਦੀ ਸੀ
ਖੈਰ ਕਰਦੇ
ਨਾਲੇ ਹੌਲੀ ਹੌਲੀ
ਖੇਤਾਂ ਦੀ ਸੀ
ਸੈਰ ਕਰਦੇ

ਦੇਖੇ ਪੰਛੀ ਵੀ
ਉੱਡਦੇ ਮੈਂ
ਡਾਰ ਬੰਨ੍ਹ ਕੇ
ਤਿਆਰ ਹੋ ਕੇ
ਦੇਖੇ ਜਾਂਦੇ
ਕਾਮੇ ਕੰਮ ਤੇ

ਲੈ ਕੇ ਫੱਟੀਆਂ
ਨਾਲ ਬੱਚੇ ਸੀ
ਸਕੂਲ ਵੜਦੇ
ਕਾਨੇ ਤੋੜ ਕੇ
ਕੰਡੇ ਤੋਂ
ਕਲਮਾਂ ਸੀ ਘੜਦੇ

ਗੁਰੂ ਕੰਮ
ਜੋ ਕਰਾਵੇ
ਨਾਲੋਂ ਨਾਲ
ਲਿੱਖਦੇ
ਦੇਖੇ ਪਿੱਪਲਾਂ
ਦੀ ਛਾਂ
ਬੱਚੇ ਪੈਂਤੀ
ਸਿੱਖਦੇ

ਛੁੱਟੀ ਪਿੱਛੋਂ
ਬੱਚੇ ਜਦੋਂ
ਘਰੇ ਜਾਂਵਦੇ
ਕਈ ਪੁੱਜ ਗਏ
ਤੇ ਕਈ ਨਹਿਰੀ
ਤਾਰੀ ਲਾਂਵਦੇ

ਮਾਂ ਘਰ ਵਿੱਚ
ਬੈਠ ਕੇ
ਉਡੀਕਾਂ
ਕਰਦੀ
ਅਜੇ ਆਇਆ
ਕਿਉਂ ਨਹੀਂ ਮੁੰਡਾ
ਚਿੰਤਾ ਵਿੱਚ
ਮਰਦੀ

ਜਦੋਂ ਨਹਿਰੀ
ਕੰਢੇ ਆ ਕੇ
ਬਾਪੂ ਗਾਲ੍ਹਾਂ
ਕੱਢੀਆਂ
ਸਾਡੇ ਰੰਗ
ਪੈ ਗਏ ਚਿੱਟੇ
ਸ਼ਕਲਾਂ ਸੀ
ਉੱਡੀਆਂ

ਘਰ ਜਾ ਕੇ
ਛਿੱਤਰਾਂ ਦੀ
ਆ ਗਈ
ਹਨੇਰੀ ਜੀ
ਗਲੀ ਵਿੱਚ
ਬੇਇੱਜਤੀ ਜਿਹੀ
ਹੋ ਗਈ
ਮੇਰੀ ਜੀ

ਸ਼ਾਮ ਜਦੋਂ ਹੋਈ
ਮੈਨੂੰ ਬਾਪੂ
ਆਖਿਆ
ਜਾ ਬਈ ਕਾਕਾ
ਸਾਈਕਲ ਉੱਤੇ
ਦੁੱਧ ਦੇ ਕੇ ਆ

ਮੇਰਾ ਹਵਾ ਨੂੰ
ਸੀ ਚੀਰਦਾ
ਸਾਈਕਲ
ਲੰਘਦਾ
ਸੀ ਵੱਖਰਾ
ਨਜ਼ਾਰਾ
ਪਸੀਨੇ ਵਾਲੀ
ਠੰਡ ਦਾ

ਫਿਰ ਇਕੱਠੇ ਹੋ ਕੇ
ਯਾਰਾਂ ਨਾਲ
ਘੋਲ ਕਰ ਲਏ
ਇੱਕ ਦੂਜੇ ਨਾਲ
ਗੱਲਾਂ ਤੇ
ਮਖੌਲ ਕਰ ਲਏ

ਰੋਟੀ ਰਾਤ ਵਾਲੀ
ਖਾ ਕੇ ਮੈਂ
ਲੰਮਾ ਪੈ ਗਿਆ
ਪਰਾਂ ਸੁੱਟ ਤੀ
ਨਿੱਕਰ ਤੇ
ਪਜਾਮਾ ਪਾ ਲਿਆ

ਫਿਰ ਪਤਾ ਈ
ਨਹੀਂ ਲੱਗਾ ਕਦੋਂ
ਨੀਂਦ ਆ ਗਈ
ਹੱਥ ਫੇਰ ਕੇ
ਮੱਥੇ ਤੇ ਅੰਮੜੀ
ਸੁਲਾ ਗਈ

ਬਟਾਲੇ ਵਾਲੇ 'ਸ਼ੇਰੇ'
ਦਿਨ ਮੁੜ ਕੇ
ਨਹੀਂ ਆਉਣੇ
ਉਹ ਦਿਨ ਸੀ
ਪਿਆਰੇ ਜਦੋਂ
ਆਪਾਂ ਸੀ ਨਿਆਣੇ

3.   ਜੀ ਮੰਦਾਰੀ ਆਇਆ

ਜੀ ਮੰਦਾਰੀ
ਆਇਆ
ਗਲੀਆਂ ਵਿੱਚ
ਮੇਲਾ ਲਾਇਆ
ਡਮ ਡਮ ਡਮਰੂ
ਵਜਾਇਆ
ਯਾਰਾਂ ਨੇ ਰੌਲਾ
ਪਾਇਆ
ਚੱਲ ਚੱਲ ਚੱਲ
ਦੇਖਣ ਚੱਲੀਏ
ਗਲੀਏ ਮੰਦਾਰੀ
ਆਇਆ

ਲੋਕਾਂ ਦਾ
ਹੇੜ ਵੀ ਆਇਆ
ਹਰ ਪਾਸੋਂ ਘੇਰਾ
ਪਾਇਆ
ਬਿੱਲੋ ਨੂੰ ਖੂਬ
ਸਜਾਇਆ
ਨੱਖਰੇ ਵੱਲ
ਦੇਖ ਕੇ ਹੱਸੀਏ
ਜਮੂਰਾ ਜਦੋਂ
ਮਿਲਣੇ ਆਇਆ

ਜਮੂਰਾ ਟੋਪੀ
ਪਾ ਆਇਆ
ਵੱਖਰਾ ਜਿਹਾ
ਖੇਡ ਦਿਖਾਇਆ
ਉਂਗਲਾਂ ਤੇ ਖੂਬ
ਨਚਾਇਆ
ਦੋਨਾਂ ਦੀ
ਹਰਕਤ ਤੱਕੀਏ
ਆਪਸ ਵਿੱਚ
ਮੇਲ ਕਰਾਇਆ

ਅੱਜ ਨਾ
ਮੰਦਾਰੀ ਲੱਭਦੇ
ਨਾ ਹੀ ਓ
ਵੇਲੇ ਸੱਜਦੇ
ਮੁੱਕ ਗਏ ਨੇ
ਕਿੱਤੇ ਲੱਗਦੇ
ਬੱਚਿਆਂ ਨੂੰ
ਕੀ ਹੁਣ ਦੱਸੀਏ
ਕਿੰਝ ਆਪਾਂ
ਮਨ ਪਰਚਾਇਆ

'ਸ਼ੇਰੋ' ਓ ਸਮੋਂ
ਹੁਣ ਝੜ ਗਏ
ਬੱਚੇ ਫੋਨਾਂ ਵਿੱਚ
ਵੜ ਗਏ
ਉਡੀਕਾਂ ਦੇ
ਪੱਤੇ ਸੜ ਗਏ
ਗਲੀ ਦੇ ਵਿੱਚ
ਖੜ ਕੇ ਤੱਕੀਏ
ਮੁੜ ਨਾ
ਮੰਦਾਰੀ ਆਇਆ

4.   ਪਿੰਡ ਦੀ ਯਾਦ

ਰੂਹ ਵੱਸਦੀ
ਪਿੰਡਾਂ ਦੇ ਵਿੱਚ ਸ਼ੇਰਿਆ
ਪਿੰਡ ਆਪਣੇ ਦੀ
ਯਾਦ ਆ ਗਈ
ਜਿੰਦ ਨੱਚਦੀ ਫਿਰੇ
ਓ ਰੱਬਾ ਮੇਰਿਆ
ਸੱਥ ਚੌਂਕ ਵਾਲੀ
ਆਬਾਦ ਆ ਗਈ

ਕਿਤੇ ਹਰੇ ਭਰੇ
ਬਾਗਾਂ ਚੋਂ
ਹਵਾਵਾਂ ਚੱਲੀਆਂ
ਕਿਤੇ ਰਾਹਾਂ ਵਿੱਚ
ਖਿਲੇ ਦੇਖੇ
ਫੁੱਲ ਕਲੀਆਂ
ਹੱਥ ਜਦੋਂ ਮੈਂ
ਮਿੱਟੀ ਦੇ
ਉੱਤੇ ਫੇਰਿਆ
ਓਹਦੀ ਖ਼ੁਸ਼ਬੂ ਹੀ
ਠੰਡ ਪਾ ਗਈ

ਕਿਤੇ ਸੰਘਣੇ ਜਿਹੇ
ਬੋਹੜ ਦੀਆਂ
ਛਾਵਾਂ ਡਿੱਠੀਆਂ
ਕਿਤੇ ਦੇਖੀਆਂ
ਅੰਗੂਰਾਂ ਦੀਆਂ
ਵੇਲਾਂ ਮਿੱਠੀਆਂ
ਮਾਰ ਪੱਥਰ ਜੋ
ਅੰਬ ਥੱਲੇ ਕੇਰਿਆ
ਝਲਕ ਨਿੱਕੇ
ਹੁੰਦਿਆਂ ਦੀ
ਅੱਗੇ ਆ ਗਈ

ਕਿਤੇ ਬਜ਼ੁਰਗਾਂ ਨੇ
ਪਿੱਪਲ ਹੇਠਾਂ
ਥਾਂਵਾਂ ਮੱਲੀਆਂ
ਬਾਬੇ ਡੁੱਬਦੇ ਮੈਂ
ਦੇਖੇ ਵਿੱਚ
ਸੋਚਾਂ ਅੱਲੀਆਂ
ਕਹਿੰਦੇ ਤਾਪ ਜੋ
ਆਜ਼ਾਦੀ ਦਾ
ਸਹੇੜਿਆ
ਮਾਝੇ ਆਪਣੇ ਦੀ
ਪਿੱਠ ਲਾ ਗਈ

ਕਿਤੇ ਪੀਂਘਾਂ
ਝੂਟਣੇ ਨੂੰ ਆਈਆਂ
ਧੀਆਂ ਝੱਲੀਆਂ
ਮੇਰੇ ਪਿੰਡ ਉੱਤੇ
ਰਹਿਣ ਨਜ਼ਰਾਂ
ਸੁੱਵਲੀਆਂ
ਰੂਹਾਨੀ ਰਾਗ
ਜਿਹੜਾ ਰਾਗੀ ਨੇ
ਸੀ ਛੇੜਿਆ
ਲੱਗੇ ਬੱਦਲਾਂ ਦੀ
ਝੜੀ ਆ ਗਈ

ਕਿਤੇ ਮੇਲੇ ਵਿੱਚ
ਲੋਕਾਂ ਦੀਆਂ
ਡਾਰਾਂ ਦੇਖੀਆਂ
ਕਿਸੇ ਨੂੰ ਜਿੱਤਦੇ
ਤੇ ਕਿਸੇ ਦੀਆਂ
ਹਾਰਾਂ ਦੇਖੀਆਂ
ਰੂਹ ਰੰਗੀ ਰਹੇ
ਬਟਾਲੇ ਵਾਲੇ ਸ਼ੇਰਿਆ
ਖੁੱਲੇ ਘਰਾਂ ਦੀ ਸੀ
ਯਾਦ ਆ ਗਈ

5. ਸੂਰਜ ਦੀ ਲਾਲੀ

ਸੂਰਜ ਦੀ
ਲਾਲੀ ਛਾਈ
ਚਿੜੀਆਂ ਨੇ
ਡਾਰ ਬਣਾਈ
ਮੀਂਹ ਨੇ ਮਿੱਟੀ
ਮਹਿਕਾਈ
ਕੁਦਰਤ ਦੇ
ਰੰਗ ਅਨੋਖੇ

ਵਿਹੜੇ ਵਿੱਚ
ਮੰਜੀ ਡਾਈ
ਬੀਬੀ ਨੇ
ਰੌਣਕ ਲਾਈ
ਪਿੰਡ ਦੀ ਕੋਈ
ਗੱਲ ਸੁਣਾਈ
ਜੋ ਤਜ਼ਰਬੇ
ਜ਼ਿੰਦਗੀ ਨੇ ਘੋਖੇ

ਬੱਲਦਾਂ ਦੀ
ਜੋੜੀ ਲਾ ਕੇ
ਹੱਲਾਂ ਨਾਲ
ਖੇਤ ਨੂੰ ਵਾਹ ਕੇ
ਗੰਢੇ ਨਾਲ
ਰੋਟੀ ਖਾ ਕੇ
ਖੇਤਾਂ ਦੇ
ਕੰਮ ਨਾ ਸੌਖੇ

ਮੰਜੇ ਤੇ ਸੇਵੀਆਂ

ਪਾਈਆਂ

ਪਾ ਕੇ ਵਿੱਚ

ਦੁੱਧ ਮਲਾਈਆਂ

ਚੁਸਕੀਆਂ ਲੈ

ਲੈ ਕੇ ਖਾਈਆਂ

ਹੁੰਦੇ ਜਿਵੇਂ

ਸਦੀਆਂ ਤੋਂ ਭੋਖੇ

ਚੁੱਲ੍ਹੇ ਤੇ
ਸਾਗ ਬਣਾ ਕੇ
ਕੋਲਾ ਇੱਕ
ਘਿਓ ਦਾ ਪਾ ਕੇ
ਦੋਡੇ ਨਾਲ
ਬੁਰਕੀ ਲਾ ਕੇ
ਮਾਏ ਨੇ
ਨਜ਼ਾਰੇ ਚੱਖੇ

ਯਾਰਾਂ ਦੀ
ਯਾਰੀ ਪੱਕੀ
ਕਰਦੇ ਵਿਵਹਾਰ
ਨਾ ਸ਼ੱਕੀ
ਸੜਦੇ ਨਾ
ਵੇਖ ਤਰੱਕੀ
ਕਰਦੇ ਨਾ
ਯਾਰ ਸੀ ਧੋਖੇ

ਭਰਾਵਾਂ ਦਾ
ਪਿਆਰ
ਬੜਾ ਸੀ
ਇੱਜ਼ਤਾਂ ਦਾ
ਮਿਆਰ
ਬੜਾ ਸੀ
ਆਪਸੀ
ਸਤਿਕਾਰ
ਬੜਾ ਸੀ
ਅੱਜ ਕੱਲ ਦੇ
ਰਿਸ਼ਤੇ ਖੋਖੇ

ਬਾਪੂ ਜੋ
ਝਿੜਕਾਂ ਲਾਈਆਂ
ਜ਼ਿੰਦਗੀ ਵਿੱਚ
ਕੰਮ ਨੇ ਆਈਆਂ
ਮੁਸ਼ਕਿਲਾਂ ਬਹੁਤ
ਹੰਢਾਈਆਂ
ਪਿੰਡੇ ਤੇ
ਜਰਦਾ ਦੇਖੇ

ਸੂਰਜ ਦੀ
ਲਾਲੀ
ਢੱਲ ਗਈ
ਪਤਾ ਨਹੀਂ
ਕਿੱਧਰ
ਚੱਲ ਗਈ
ਰਿਸ਼ਤਿਆਂ ਦੀ
ਕਮੀ ਜਿਹੀ
ਖੱਲ ਗਈ
ਰਿਸ਼ਤੇ
ਨਿਭਾਉਣੇ ਔਖੇ

ਮਿਟਾਣਾ ਤੇ
ਰਚਣਾ ਓਹਨੇ
ਆਪੇ ਹੀ
ਜੱਚਣਾ ਓਹਨੇ
'ਸ਼ੇਰੇ' ਬਸ
ਬੱਚਣਾ ਓਹਨੇ
ਦਾਣੇ ਜਿੰਨ੍ਹੇ
ਨਾਮ ਦੇ ਜੋਖੇ

6.   ਚਿੜੀਆਂ ਦਾ ਝੁੰਡ

ਮੋਢੇ ਤੇ
ਬਸਤਾ ਭਾਰੀ
ਸਕੂਲ ਵੱਲ
ਤੁਰਦਾ ਜਾਵਾਂ
ਇੱਕ ਪਾਸੇ
ਖੇਤ ਲਹਿਲਾਵਣ
ਇੱਕ ਪਾਸੇ
ਮੇਰਾ ਪਰਛਾਵਾਂ

ਸੋਨੇ ਜਿਹੇ ਰੰਗ
ਦੀਆਂ ਕਣਕਾਂ
ਪਿੰਡ ਦੇ ਵਿੱਚ
ਰੌਣਕਾਂ ਲਾਵਣ
ਚੋਗੇ ਨੂੰ ਲੱਭਦੀਆਂ
ਚਿੜੀਆਂ
ਚੁੱਗ ਚੁੱਗ ਕੇ
ਦਾਣੇ ਖਾਵਣ

ਸੂਰਜ ਦੀਆਂ
ਕਿਰਨਾਂ ਉੱਗੀਆਂ
ਕਣਕਾਂ ਮਾਰਨ
ਲਿਸ਼ਕਾਰੇ
ਚਿੜੀਆਂ ਦਾ
ਝੁੰਡ ਨਿਕਲਿਆ
ਚੀਂ ਚੀਂ ਚੀਂ
ਕਰਨ ਚੁਬਾਰੇ

ਅਧਖੜ ਜਿਹੀ
ਉਮਰ ਦਾ ਬਾਪੂ
ਅੱਗਿਓਂ ਇੱਕ
ਤੁਰਿਆ ਆਵੇ
ਖੇਤਾਂ ਦੇ
ਕੋਲੇ ਜਾਕੇ
ਜ਼ੋਰ ਨਾਲ
ਤਾੜੀ ਵਜਾਵੇ

ਤਾੜੀ ਦੇ ਸ਼ੋਰ
ਤੋਂ ਡਰ ਕੇ
ਸਭ ਚਿੜੀਆਂ
ਝੁੰਡ ਬੰਨ ਕੇ
ਉੱਡੀਆਂ
ਕਣਕਾਂ
ਬੱਚ ਗਈਆਂ
ਮੇਰੀਆਂ
ਬਾਪੂ ਮਨ
ਪਾਵੇ ਲੁੱਡੀਆਂ

ਚਿੜੀਆਂ ਜਦ
ਉੱਡਦੀਆਂ ਦੇਖੀਆਂ
ਇਹ ਦੇਖ ਕੇ
ਮਨ ਬੇਚੈਨ
ਜਿਹਾ ਹੋਇਆ
ਕਿੰਨਾ ਕੁ ਤੇਰਾ
ਦਾਣਾ ਖਾ ਗਈਆਂ
ਜੋ ਦੇਖ ਕੇ
ਬਾਪੂ ਤੇਰਾ
ਮਨ ਰੋਇਆ

ਸਭ ਮਾਲਕ ਦੀ
ਖੇਡ ਸੀ ਜਾਪੀ
ਕੀ ਪਾਣਾ ਤੇ
ਕੀ ਖੋਣਾ
ਚਿੜੀਆਂ ਨੇ ਵੀ
ਓਨਾ ਖਾ ਲਿਆ
ਜੋ ਭਾਗਾਂ ਵਿੱਚ
ਲਿੱਖਿਆ ਹੋਣਾ

ਜਿਉਂ ਜਿਉਂ
ਜਵਾਨ ਹੋਇਆ
ਚਿੜੀਆਂ ਦੇ ਝੁੰਡ
ਪੰਜਾਬ ਚੋਂ
ਅਲੋਪ ਹੋ ਗਏ
ਆਲ੍ਹਣੇ ਬਣਾਉਣ
ਦੀ ਕਾਰੀਗਰੀ
ਅੱਜ ਨਾ ਲੱਭਦੀ
ਬੰਦੇ ਦੇ ਬਣਾਏ
ਪਿੰਜਰੇ ਏਨਾ ਅੱਗੇ
ਫਲੋਪ ਹੋ ਗਏ

ਪਹਾੜਾਂ ਵਿੱਚ ਜਿੱਥੇ
ਬੈਠਾ ਹਾਂ ਆ ਕੇ
ਏਥੇ ਚਿੜੀਆਂ ਦੇ
ਝੁੰਡ ਮੇਰੇ ਲਾਗੇ
ਮੰਡਰਾਉਂਦੇ ਰਹਿੰਦੇ ਨੇ
ਆਪਣੀ ਸੁਰੀਲੀ
ਆਵਾਜ਼ ਵਿੱਚ
ਓਸ ਰੱਬ ਦਾ
ਕੀਰਤਨ ਮੈਨੂੰ
ਸੁਣਾਉਂਦੇ ਰਹਿੰਦੇ ਨੇ

ਰੱਬ ਕਰੇ ਇਨਸਾਨ
ਅਕਲ ਨੂੰ ਹੱਥ ਪਾਵੇ
ਆਪਣਾ ਸੋਚਣ ਤੋਂ
ਪਹਿਲਾਂ ਦੂਜੇ ਦਾ
ਸੋਚ ਲਵੇ
ਪਾਣੀ ਤੇ ਖੇਤ
ਗੰਧਲੇ ਕਰ ਲਏ
ਜ਼ਹਿਰ ਬੀਜ ਕੇ
ਇਹ ਧਰਤੀ
ਸਭ ਦੀ ਹੈ 'ਸ਼ੇਰੋ'
ਸਰਬਤ ਦਾ
ਭਲਾ ਲੋਚ ਲਵੇ

7.   ਨਹਿਰ ਦੀ ਤਾਰੀ

ਸੂਰਜ ਦੀਆਂ
ਤਪਸ਼ਾਂ ਅੱਤ ਜੀ
ਗਰਮੀ ਨੇ
ਮਾਰੀ ਮੱਤ ਜੀ

ਧੁੱਪ ਨੇ ਸਿੱਧੇ
ਸਿਰ ਵਿੱਚ ਵੱਜਣਾ
ਆਪਾਂ ਢੀਠਾਂ ਨੇ
ਨਹਿਰ ਵੱਲ ਭੱਜਣਾ

ਨਹਿਰ ਵਿੱਚ
ਮਾਰਨੀਆਂ ਛਾਲਾਂ
ਯਾਰਾਂ ਨੇ
ਪਾਉਣੀਆਂ ਧਮਾਲਾਂ

ਨਹਿਰ ਦਾ
ਪਾਣੀ ਠੰਡਾ
ਠਰ ਜਾਂਦਾ
ਤੱਪਦਾ ਪਿੰਡਾ

ਗਰਮੀ ਤੋਂ
ਛੁਟਕਾਰਾ ਮਿਲਣਾ
ਸਭਨਾਂ ਦਾ
ਚੇਹਰਾ ਖਿਲਣਾ

ਕਈਆਂ ਦੇ
ਪੈਰ ਨਾ ਲੱਗਦੇ
ਕਈ ਸਨ ਜੋ
ਤੈਰ ਨਾ ਸਕਦੇ

ਕਈਆਂ ਨੇ
ਪਾਣੀ ਵਿੱਚ ਭੱਜਣਾ
ਜ਼ੋਰ ਨਾਲ
ਸਭ ਨੇ ਗੱਜਣਾ

ਯਾਰਾਂ ਨੇ
ਗੋਤਾ ਲਵਾਉਣਾ
ਇੱਕ ਦੂਜੇ ਤੇ
ਪਾਣੀ ਪਾਉਣਾ

ਨਹਿਰ ਵੱਲ
ਝੁੱਕੇ ਹੋਏ ਰੁੱਖ ਜੀ
ਅੰਬੀਆਂ ਨੇ
ਮਿਟਾਈ ਭੁੱਖ ਜੀ

ਯਾਰ ਪਾਣੀ ਵਿੱਚ
ਤੈਰਦੇ ਫੱਬਦੇ
ਬਹਾਨੇ ਸਭ
ਸੈਰ ਦੇ ਲੱਭਦੇ

ਜਦ ਰਾਂਝਾ
ਰਾਜ਼ੀ ਹੋ ਜਾਵਾਂ
ਭੱਜ ਕੇ ਫਿਰ
ਘਰ ਨੂੰ ਆਵਾਂ

ਮਿੱਟੀ ਨਾਲ
ਭਰਿਆ ਰਸਤਾ
ਚਲਦਿਆਂ ਹਾਲਤ
ਹੋ ਜਾਣੀ ਖਸਤਾ

ਬਿਜਲੀ ਦੇ
ਲੱਗਦੇ ਕੱਟ ਜੀ
ਬੱਤੀ ਆਵੇ ਤਾਂ
ਜਾਵੇ ਝੱਟ ਜੀ

ਸ਼ਾਮੀਂ ਬੰਬੀ ਵੱਲ
ਭੱਜ ਕੇ ਜਾਣਾ
ਪਿੰਡੇ ਠੰਡਾ ਠੰਡਾ
ਪਾਣੀ ਪਾਉਣਾ

ਪਾਣੀ ਹੁਣ
ਮੁੱਕਦਾ ਜਾਵੇ
ਝੋਨਾ ਹੁਣ
ਸੁੱਕਦਾ ਜਾਵੇ

ਪਾਣੀ ਬਿਨ
ਕਿਸਾਨ
ਨਹੀਂ ਲੱਭਣੇ
ਪਾਣੀ ਬਿਨ
ਇਨਸਾਨ
ਨਹੀਂ ਲੱਭਣੇ

ਹੁਣ ਤਾਂ ਬਸ
ਯਾਦਾਂ ਰਹਿ
ਗਈਆਂ
ਖੁਸ਼ੀਆਂ ਦੀਆਂ
ਗੱਲਾਂ ਕਹਿ
ਗਈਆਂ

'ਸ਼ੇਰੋ' ਓ
ਜ਼ਿੰਦਗੀ
ਸੀ ਚੰਗੀ
ਜਦੋਂ ਚਿੰਤਾ
ਛਿੱਕੇ ਸੀ
ਟੰਗੀ